NHẬT KÝ VIP MÁT XA

CHUYỆN LOANH QUANH THIỀN VIPASSANA

FuSuSu

Tập 1 – Bén Duyên

MỤC LỤC

ĐÔI NÉT VỀ TÁC GIẢ

FuSuSu

Nguyễn Chu Nam Phương

Từng là một chuyên gia đào tạo bận rộn, giảng dạy trong một khóa học chuẩn mực nước ngoài nên rất áp lực. Càng bước lên trong sự nghiệp, anh cảm thấy mình càng bước xa khỏi gia đình, các mối quan hệ, và sự tự do, bình an, hạnh phúc.

Hiện tại, anh là nhà huấn luyện tự do, tác giả hơn 10 đầu sách đã xuất bản, sở hữu một lối sống thong dong tự tại. Anh đã cố vấn và giúp đỡ hàng chục tác giả khác, giúp họ cầm trên tay cuốn sách mơ ước, trong đó có cả người bạn đời của anh, hiện cũng là một tác giả.

Fususu tin rằng: Khi đã có một tâm trí vững mạnh, thì chẳng có áp lực nào bạn không thể vượt qua, và Vipassana giúp bạn mở cánh cửa tâm trí, và đánh thức sức mạnh vốn có trong mình.

Hãy kết nối với anh tại blog Fususu.com và nhận những món quà thú vị (gồm cả tập 2 cuốn sách này ngay khi ra mắt)

https://fususu.com/?r=vipmatxa

CHƯƠNG 1:
Chuyện Con Mèo Mát Xa

Một ngày hè ven sông Hồng cuối 2012, một cậu em đồng nghiệp có biệt danh Mèo Ba Màu đã tới gặp tôi, trông mặt cậu ta thật bí hiểm.

Mèo nói lí nhí muốn mời tôi đi đâu đó, khiến tôi mắt trợn tròn, rùng mình hỏi lại: "Vip Mát Xa á???"

Tôi biết là dạo này công ty khá căng thẳng, nhưng tôi không nghĩ là "thứ đó" lại có thể giúp mình giảm stress. Mà điều lạ nhất là tại sao, một sinh viên sáng giá như cậu ấy, học Đại học Luật hẳn hoi, có thể đề cập tới "thứ đó" một cách thản nhiên vậy?

"Không, anh nghe nhầm rồi!" Mèo nói và cười khoái trá. "Vi-pas-sa-na ạ!"

Sau đó, Mèo bắt đầu kể thao thao bất tuyệt về một khóa thiền đặc biệt, mà càng nói, vẻ mặt của cậu ấy càng rạng rỡ. Nào là ở đó sẽ không được phép liên hệ với thế giới bên ngoài dưới bất kỳ hình thức nào, không điện thoại, laptop, tivi, hay sách báo gì hết...

Mèo càng nói càng hăng, còn tôi càng tưởng tượng ra cảnh mình sẽ khổ sở thế nào khi một ngày không được lên Facebook, Youtube (còn thời nay là Tiktok).

"Thế thì khác gì về thời tiền sử?"

"Cũng có thể coi là vậy, nghe nói người tiền sử sống hạnh phúc lắm mà anh? Phương pháp này giữ nguyên truyền thống ấy hơn 2500 năm rồi. Chưa hết, trừ thầy và người quản lý ra mình sẽ không được nói chuyện với nhau, hay với bất cứ ai. Nói chung là im như thóc suốt 10 ngày."

"10 ngày? Vậy thì khác gì ngồi tù?"

Nói xong, tôi chợt nhận ra hai chữ "đi tu" với "đi tù" cũng chỉ khác nhau có một nét chứ mấy.

Mèo cứ thế nói tiếp về các lợi ích của khóa thiền, nào là bình an, hạnh phúc thật sự... tôi càng nghe, càng không thể tưởng tượng nổi việc ngồi yên và bị cấm khẩu 10 ngày vốn chỉ có thể khiến người ta ức chế hơn, sao lại có thể bình tâm hơn??? Không biết đây là "nghệ thuật sống" hay "nghệ thuật hành xác"?

Rõ ràng, cậu ta đã bị ai đó "thao túng tâm lý" rồi. Tôi nghe nói gần đây, nhiều giáo phái bắt đầu đánh vào tâm lý các bạn trẻ còn non nớt, lại muốn khám phá cuộc sống hoặc tìm chỗ dựa tinh thần nào đó, để gia tăng tín đồ của họ mau chóng.

Tôi phải cứu cậu ta trước khi quá muộn!

Tuy thế, tôi thắc mắc, không hiểu sao càng nói, cậu ta lại càng hăng hái, cứ như thể "hình thức tra tấn" dã man ấy đã "khai sáng" cậu, đã thay đổi cuộc đời cậu ta, đã giúp cậu ta tiến hóa thành... Mèo Đi Hia[1].

---

[1] Mèo Đi Hia: tên một chú mèo trong chuyện cổ tích của Pháp.

Đúng thật, nếu có ai đó ở thế giới hiện đại này mà vượt được qua 10 ngày ở một nơi như thế, thì một là siêu nhân, hai là... siêu khùng.

Mà rõ ràng cậu ta không phải là siêu nhân.

"Thế chú đi thử rồi à?" tôi hỏi.

"Chưa ạ..." Mèo đáp tỉnh bơ. "Nên em mới rủ anh."

Tôi tặc lưỡi, và cuộc trò chuyện tạm thời chấm dứt, tôi thấy cậu ấy đúng là đồ con... mèo. Mặt cậu ấy tỉnh bơ, y chang như cái biệt danh!

Sau đó mấy hôm, công việc lại cuốn tôi vào guồng xoay cũ, không dứt ra được.

Hồi ấy, tôi đang làm Trainer[2] giảng dạy khóa học Tôi Tài Giỏi, chuẩn mực của tập đoàn Adam Khoo, Singapore. Ở bề ngoài, tôi đang có một công việc mơ ước, đầy cảm hứng, diễn thuyết cho hàng chục ngàn học sinh và phụ huynh, nhưng ít ai biết trong tôi là cả một áp lực lớn vô kể.

Vì đối tượng đào tạo là học sinh và phụ huynh, nên việc chúng tôi đi sớm về khuya là chuyện cơm bữa. Còn cuối tuần hay lễ tết, chúng tôi

____
[2] Chuyên gia đào tạo, đứng trước sân khấu diễn thuyết, truyền cảm hứng.

làm hăng say hơn cả. Tôi vốn hướng nội, mỗi lần tiếp xúc đám đông là sau đó phải tốn khá nhiều thời gian để phục hồi.

Đặc biệt, nghề tôi làm chẳng liên quan gì tới ngành Tài chính Quốc tế tôi học ở Đại học Ngoại Thương, nên cũng thường xuyên bị bố mẹ "hỏi thăm" kiểu:

"Chọn cái nghề nào tử tế đi con..."

"Ngành của con chẳng ổn định gì cả..."

Nói thật, tôi không thể hình dung có nghề nào tử tế hơn là nghề đi giúp đỡ người khác vượt qua trì hoãn, thực hiện ước mơ.

Còn ổn định ư?

Cuộc đời vốn chẳng có gì ổn định, nếu lương ổn định, thì tâm lý cũng bấp bênh mà thôi, chẳng phải là khối người có công việc ổn định mà vẫn mong ngóng chuyển chỗ hay sao???

Do có những khác biệt trong tư duy, nên đối với người ta thì gia đình là nơi bình yên tìm về, với tôi, đó là nơi rắc rối tìm đến. Chưa kể, chế độ ăn uống của tôi cũng khác mọi người (hồi đó tôi mới chuyển qua ăn trường chay...) nên cũng là một rào cản lớn bên mâm cơm gia đình.

Nói chung, tôi cảm giác mình càng có sự đột phá trong sự nghiệp, mình càng bước nhanh hơn trên con đường tới lối sống mơ ước, thì lại càng bước xa ra khỏi gia đình.

Liệu tôi có thể yên ổn?

Liệu có cách nào hài hòa cả hai?

Liệu tôi có cứu được "con Mèo" đó?

Ôi, còn bao khóa học cần dạy, bao chương trình cần thiết kế, mà giờ cậu ta—một nhân sự mới nổi đầy nhiệt huyết, không chỉ muốn bỏ anh em để "đi tu", mà còn dám "cả gan" rủ cả sếp đi cùng???

CHƯƠNG 2:
Một Năm Sau

"Ê, Mèo, năm nay đi Vip Mát Xa tiếp không?" tôi hào hứng hỏi.

"Vipassana chứ anh," Mèo nghiêm túc nhìn tôi, mặt buồn xo. "Tiếc quá, năm nay tổ chức ngay Hà Nội mà em lại vướng lịch thi."

Sự thật là năm ngoái, bằng một cách thần kỳ nào đó, tôi đã xin nghỉ phép 10 ngày, và quyết định "thầu" cả vé máy bay để cùng "con Mèo" đó vào tận HCM, để học khóa thiền 10 ngày ấy ở Tịnh xá Ngọc Thành.

Thú thực, 10 ngày ấy đã trở thành một trải nghiệm khó quên nhất trong cuộc đời tôi. 10 ngày làm thay đổi góc nhìn của tôi về cuộc sống mãi mãi. 10 ngày giúp tôi hiểu "nghệ thuật sống" ở mức độ thực nghiệm chứ không chỉ còn trong sách vở.

Còn nhớ sau khóa thiền, trên đường từ sân bay về nhà, tôi đã gặp sự một cố nhỏ.

Thay vì làm theo lời dặn của bố là đi Taxi sân bay có vài chục nghìn đồng, tôi đã bước nhầm lên hãng Taxi khác và mất tới 400k!

Ngay khi về nhà, bố đã chào đón tôi bằng một màn chửi mắng té tát. "Sao ngu thế con?"

Bình thường thì tôi đã cãi lại, thanh minh... Nhưng không, tôi đã nhớ lại những gì được luyện tập trong khóa 10 ngày.

Tôi bắt đầu để ý cảm giác, và giữ sự bình tâm, không phản ứng.

Lúc ấy, tôi đã quan sát được toàn bộ quá trình:

Âm thanh "ngu" phát ra từ miệng bố tôi.

Nó phát ra, dội vào tường.

Các rung động âm thanh xuyên qua người tôi.

Các rung động trên cơ thể xuất hiện, bò từ dưới bụng lên trên cổ, theo từng lời của bố.

Bạn à, đó là... khoảnh khắc bình an nhất đời tôi, vì chỉ trong có 1 phút thôi, tôi đếm được bố tôi nói 7 lần từ "ngu"!

Sau đó, tôi chỉ cười đáp. "Con ngu thật mà!"

Đó là từ "ngu" số 8, và cuộc cãi vã kết thúc trước khi nó kịp bắt đầu.

Từ ấy, khi đối mặt với bất cứ hoàn cảnh không như ý nào, tôi luôn có thể giữ được sự bình tâm đến mức đáng ngạc nhiên như vậy đấy.

Vipassana đã góp một phần lớn, giúp tôi giữ vững cảm xúc tích cực, và lần lượt chinh phục mọi mục tiêu đề ra.

Tất nhiên, đời chẳng như mơ.

Cuối năm ấy, áp lực công việc và cuộc sống đã tiếp tục làm cho các "khớp tinh thần" của tôi đau mỏi rã rời. Nên dù không có Mèo, tôi vẫn quyết tâm cho tinh thần mình được "mát xa" thêm một lần nữa...

Dù đã trải qua một lần, nhưng nói thật "thử thách 10 ngày" ấy không hề dễ dàng. Trong khóa đầu tiên, đã có những lúc tôi có suy nghĩ muốn bỏ cuộc rồi. Mà khóa đó là ở HCM, khí hậu ấm áp, còn khóa này sẽ được tổ chức ở Hà Nội, vào đúng mùa đông rét mướt...

Để có thêm khí thế, lần này tôi đã không quên rủ một đồng nghiệp khác. Đó là anh Hưng Tươi, sau này cũng là đồng tác giả cuốn sách Làm Bạn Cảm Xúc, Làm Chủ Hạnh Phúc.

Ảnh: Tác giả Hưng Tươi và tôi trong lễ ra mắt sách Làm Bạn Cảm Xúc, Làm Chủ Hạnh Phúc.

Khi nghe tôi rủ, anh ấy hứng thú lắm, vì đã thấy được sự thay đổi khác biệt của tôi.

Hồi đó, tham gia khóa thiền Vipassana rất khó, vì số chỗ kín rất nhanh ngay sau khi mở đăng ký. Chúng tôi toàn phải canh 12 giờ đêm để đăng ký. Tại sao lại "hot" vậy?

Thử hỏi, bạn kiếm đâu ra một chỗ "nghỉ dưỡng" 10 ngày với thực phẩm siêu lành mạnh, không khí siêu trong lành, và tất cả những gì bạn cần làm chỉ là A.N.T: Ăn, Ngủ, và Thiền. Lại còn... miễn phí[3] nữa chứ???

Tôi nhớ mình đã phải dặn anh Hưng "canh me" từ sớm, vận dụng hết kỹ năng tin học để điền thông tin nhanh nhất có thể ngay khi mở đăng ký (còn là thiền sinh cũ, thì sẽ đăng ký dễ hơn).

Tôi vẫn còn nhớ ngày anh ấy nhận được email ban tổ chức chấp thuận tham gia, cả hai anh em đều reo lên trong vui sướng.

Thế nhưng, sau khi anh ấy biết khi đi thiền sẽ phải ăn chay thì có vẻ hơi ái ngại. Vì lúc đó anh đang tập tạ. Anh ấy phải liên tục ăn thêm để bổ sung protein cho các bó cơ, thì chế độ ăn ngày có 2 bữa chay của khóa thiền có lẽ cũng là một trở ngại.

Chưa kể công việc đợt cuối năm cũng nhiều, hồi đó công ty cũng định hướng mở thêm

---

[3] Việc tham gia thiền Vipassana là hoàn toàn miễn phí, bạn không phải đóng bất cứ một khoản phí tham gia nào. Cuối khóa, bạn có thể đóng góp tự nguyện, bao nhiêu tùy tâm.

trường học, mà anh Hưng lại là một thầy giáo được học sinh, và phụ huynh rất yêu quý. Đặc biệt là các thầy cô giáo khác yêu quý anh hơn cả, nên hay "nhờ vả" anh làm rất nhiều thứ.

Tôi rất lo cho anh ấy, và cũng lo cho mình nữa.

Liệu anh Hưng có thể tham gia cùng tôi?

Và đặc biệt, liệu tôi có vượt qua được "thử thách" lần thứ 2 đầy cam go này?

CHƯƠNG 3:
Cẩn Thận Thứ Bạn Hay Đùa

Ngày nhập học khóa thiền thứ hai, tôi bị kẹt hồi lâu ở bàn làm thủ tục.

"Em đăng ký hồi nào vậy?" anh phụ trách nói.

Bằng một cách thần kỳ nào đó, mà tên của tôi đã biến mất trong danh sách đăng ký!

Tôi ú ớ, không biết giải thích sao.

Số người tham gia Vipassana hồi ấy rất đông, ngoài danh sách chính thức, thì bao giờ cũng có một danh sách chờ dài ngoằng. Chỉ cần một ai đó được chấp thuận mà không tham gia, thì ngay lập tức sẽ có người khác vào thế chỗ luôn.

Theo thông lệ, bắt buộc tên bạn phải có trong danh sách thì mới được tham gia. Vì để tổ chức một khóa thiền 10 ngày tốt như thế, ban tổ chức phải có sự chuẩn bị chu đáo. Số thứ tự của bạn sẽ đi liền với số giường, số ghế, với mọi thứ được xếp sẵn. Đã có nhiều trường hợp "ngoan cố", cứ đến thẳng khóa thiền và xin ban tổ chức cho tham gia mà không đăng ký online, đều đã phải nuối tiếc quay về.

Rõ ràng là tôi đăng ký rất sớm và đã nhận được email chấp thuận, nhưng không hiểu sao, tên mình đã biến mất!

Trong khi đó, anh Hưng Tươi từ phía xa đã phởn phơ vác chiếc ba-lô tổ chảng lên nhận phòng rồi. Tôi dám cá là trong chiếc ba-lô đó có thể giấu cả tá lương khô các loại, mà anh ấy phòng thân cho việc các bó cơ bị đói (ha ha).

Đáng ra, hoàn cảnh này tôi phải bắt đầu lo lắng mới phải, nhưng có vẻ như tác dụng từ khóa thiền trước kéo dài tới tận bây giờ, kể cả khi trong năm tôi tập cũng không đều lắm.

Bình thản, tôi bắt đầu tìm giải pháp.

Chả nhẽ cất công lên tận vùng núi hoang sơ này, lại phải bắt xe ôm về ngay??

Hay là cố nài nỉ bằng được để ở lại và xung phong đổ rác, dọn nhà vệ sinh?

Sau một hồi, anh phụ trách đã hỏi ban quản lý giúp tôi. "Alô, cô à, cô kiểm tra xem có bạn Nguyễn Chu Nam Phương không ạ?"

Sau đó anh nói tôi chờ một lúc.

Nhìn hàng người nối đuôi nhau vào điểm danh, sau đó bước ra trong sung sướng, tôi bồn chồn lắm. Mất bao công mới xin được nghỉ phép 10 ngày, giờ chả lẽ lại quay về rút lại phép???

Tự nhiên một ý tưởng bật ra: Tên mình là Nam Phương à?

À, tôi không có ý nói rằng mình bị đãng trí nhé. Nhưng tôi chợt nhớ ra lúc đó tên mình khá giống tên con gái. Phải rồi, thì lần nào lên sân khấu giới thiệu bản thân, tôi chả khoe biệt danh "Nam Phương Hoàng Hậu" đầy nam tính ấy. Tại sao nó nam tính ư? Hồi học đại học, tôi nhớ khối mình có tới... 9 người tên là Phương (và hầu hết đều là con gái).

Bất giác, tôi ngoái nhìn sang bên khu điểm danh nữ và tự hỏi liệu có khi nào tên mình lại đang bên đó không nhỉ?

Bật cười với ý tưởng điên rồ ấy, tôi chạy đến và nói với anh phụ trách. "Hay là tên em ở bên nữ anh nhỉ?"

Anh nhìn tôi như thể với kinh nghiệm tổ chức của Vipassana, đã thực hiện hàng ngàn khóa khắp thế giới, thì điều nhầm lẫn này là hi hữu.

Tôi quyết định sang bên đó.

Cô phụ trách, và mọi người đều nhìn tôi đầy khó hiểu vì tôi là người đàn ông duy nhất... tự tin đứng xếp hàng bên khu điểm danh cho nữ.

Phải chờ một lúc mới tới lượt tôi.

À kia rồi!

Dòng thứ 5, từ trên xuống, chữ "Nguyễn Chu Nam Phương" to tướng trong danh sách... thiền sinh nữ.

Tôi đã nhập học khóa thiền thứ hai như thế đấy, từ một trong những người đăng ký đầu tiên, tôi được nhận con số bổ sung ngoài danh sách. Và tất nhiên, điều đó có nghĩa là chỗ nằm của tôi có thể sẽ là khoảng trống giữa hai cái giường nào đó.

Mãi sau này, tôi mới biết thật ra những người tổ chức của khóa thiền cũng đều từng là thiền sinh như tôi. Dù là trưởng ban tổ chức, thiền sư phụ tá, hay nấu bếp, phụ bếp, dọn dẹp... tất cả đều là những vị trí tình nguyện, mà mọi người xung phong tham gia, nên đôi khi việc lầm lỡ sai sót cũng khó tránh khỏi.

Mà đã bao giờ bạn nhận được một thứ gì đó rất giá trị, bạn vô cùng biết ơn, cảm giác mình cũng muốn trao đi, cũng muốn giúp đỡ người khác hay chưa?

Hãy lấy cảm giác ấy nhân lên 10 lần, thì may ra mới tương đương cảm xúc sung sướng sau khi tham gia phục vụ một khóa thiền 10 ngày như vậy!

Đó là lý do sau này, tôi từng phục vụ tới 3 khóa, và tôi có quen một người chú ở Canada, đã dành phần lớn thời gian của mình phụng sự cho khóa thiền, ở chú lúc nào cũng toát lên một vẻ bình an lạ kỳ!

Khóa thiền thứ hai này dù chưa bắt đầu, nhưng tôi cảm giác nó giống như một chuyến phiêu lưu vậy, nơi tôi là nhân vật chính, và bắt đầu nhận "gạch đá", những khó khăn cản trở từ vị tác giả, để "mua vui" cho độc giả của ông ta!

Tôi tự hỏi khó khăn tiếp theo sẽ là gì đây?

CHƯƠNG 4:
Bạn Có Lựa Chọn Bỏ Cuộc?

Vipassana phổ biến vì tính khoa học, đơn giản mà hiệu quả, và ai cũng có thể thực hành. Trong khóa 10 ngày, thì 3 ngày đầu bạn đơn giản chỉ ngồi, hít thở, tập trung quan sát hơi thở. Còn 7 ngày sau, bạn vẫn ngồi, nhưng bắt đầu quan sát các cảm giác trên thân thể.

Tại sao lại như vậy thì tôi khó mà giải thích hết cho bạn, bạn nên trải nghiệm, song tôi có thể chia sẻ một chút quan điểm cá nhân.

Tôi thấy đơn giản là vì trong cuộc sống, người ta thường đi lại, ghé hết chỗ này tới chỗ kia để tìm kiếm những thứ dù biết là có thể không tốt, nhưng người ta vẫn cứ làm, mà không hề hay biết họ vô tình tự chuốc thêm cả tấn khổ sau này cho bản thân.

Thiền Vipassana giúp bạn thoát khỏi những thói quen, những khuôn mẫu khó bỏ ấy từ sâu thẳm trong tâm trí. Vì dù ngồi một chỗ, tưởng như không làm gì cả, nhưng tâm trí bạn vẫn sẽ lảng vảng đâu đó bên ngoài kia, và bạn phải rèn luyện cho nó quay trở lại.

Mới nghe thì tưởng việc ngồi yên và hít thở thật đơn giản. Nhưng vài phút thì được, chứ một tiếng, rồi hai tiếng mà cứ như vậy thì nói thật là đối với nhiều người, nó cũng là một dạng "tra tấn" tinh thần.

Tôi còn nhớ vào ngày đầu tiên ở khóa thứ 2 này, với kinh nghiệm khóa trước, thì việc ngồi 1 tiếng với tôi không khó. Vào những ca ngồi ban ngày, dù chân vẫn đau, nhưng sau đó tôi vẫn có thể hớn hở được. Nhưng vào những ca ngồi buổi sáng, thường liên tục 2 tiếng, với tôi là một cực hình.

Mặc dù trong quy định, tôi thấy là những giờ thiền đó bà con có thể về phòng nằm nghỉ 5 phút nếu muốn, nhưng thường thì đã về phòng là chắc chắn là sẽ ngáy o o... 50 phút.

Tôi không muốn lãng phí thời gian như vậy, tôi bắt đầu thay đổi phương pháp.

Và việc dễ thay đổi nhất, là đổi tư thế ngồi.

Hết đảo chân bên phải, đảo chân bên trái. Thậm chí có những lúc ngồi quỳ gối kiểu Nhật, tôi nhận ra hình như đây đã là tư thế ngồi thứ 36 của mình, với hy vọng cơn đau thấu xương sẽ qua đi, nhưng không có gì khả quan hơn.

Tôi cứ cố thay đổi, còn những cơn đau cũng cố... thực hiện trọn vẹn nghĩa vụ của chúng là... làm tôi đau. Tôi chưa đi mát xa bao giờ, nhưng tôi nghe nói đi bấm huyệt mát xa cũng đau lắm, nhưng tôi dám cá là không thể đớn đau dai dẳng như thế này!!!

"Đúng là Vip Mát Xa," tôi thường tự lẩm bẩm câu đó mỗi lần cảm thấy đôi chân mình tê dại vì đau.

"Những thiền sinh mới hãy ở lại," lời thầy vang lên làm tôi thở phào nhẹ nhõm. *"Thiền sinh cũ có thể tập tại phòng nếu muốn."*

Do là thiền sinh cũ, nên khóa này tôi được xếp ngồi hàng trên cùng với khoảng 6 thiền sinh cũ khác, và khi tôi mở mắt ra thì... anh em vẫn ngồi yên như tượng, như thể là họ chả có gì đau đớn vậy!

Không một ai nhúc nhích cả.

Tôi ngó xuống xem anh Hưng Tươi thế nào.

Wow, thật không thể tin nổi.

Dù mới đi khóa đầu tiên, song anh ấy ngồi rất nghiêm túc. Tôi nhớ có lần anh Hưng chia sẻ về đặc điểm thú vị của mình, đó là hình như chân anh... bị vòng kiềng. Và không biết có nghiên cứu khoa học nào cho thấy... chân vòng kiềng sẽ dễ ngồi thiền hơn không nhỉ?

Tôi quyết tâm lắm, tôi thầm nói, *"Quyết tâm! Quyết tâm! Phải làm được!"*

Và rồi không hiểu sao cái mông tôi đã tự động nhấc dậy, với một suy nghĩ khác, *"Mình sẽ quyết tâm... về phòng! Vừa thiền vừa nghỉ, mình sẽ không ngủ quá 5 phút đâu! Mình phải làm được!"*

Rồi tôi lẳng lặng về phòng.

Ngồi trên giường, từ từ đặt lưng xuống...

Vài phút trôi qua, tôi thầm nghĩ chắc 5 phút chưa hết đâu, rồi tôi nhắm mắt và bắt đầu... thiền nằm, và lịm vào một giấc ngủ êm đềm lúc nào không hay.

Bỗng có người đập nhẹ vào vai khiến tôi giật mình bật dậy.

Đó là một bác khá già, đang nhìn tôi với vẻ mặt nghiêm nghị, bác không nói gì mà trên tay cầm một tấm biển có ghi chữ: "CỐ LÊN, đừng cho phép mình BỎ CUỘC".

"Liệu bạn có cho phép mình bỏ cuộc?"

Ôi, câu nói này sao mà quen thế. Đó không phải chính là cái câu mà tôi và anh Hưng, cùng các Trainer khác trong khóa học hay hò hét với học viên của mình hay sao?

Nhưng... những thử thách trong khóa học làm sao cam go và "khủng khiếp" như ở đây được?

Và rồi chợt trong đầu tôi vang lên một câu nói còn quen thuộc hơn. *"Liệu có phải mình đang đổ lỗi?"*

Thật không ngờ, một cái ý nho nhỏ đó mà tôi học ở khóa học tôi Tài Giỏi đầu tiên ở Hà Nội, cách đây hơn 4 năm lại có thể ẩn núp sâu thẳm trong tiềm thức, và phát huy tác dụng ngay lúc này.

Sự hưng phấn tuôn trào khắp cơ thể, tôi vừa lẩm bẩm câu đó, vừa tự tin mỉm cười ngồi dậy.

Tôi bước vào phòng thiền, tôi quyết tâm sẽ ngồi từ giờ cho tới lúc hết giờ.

"Booong..."

Tiếng báo hiệu hết giờ thiền vang lên, tôi đứng ngẩn tò te một hồi lâu, rồi về phòng... ngủ tiếp, và tự nhủ:

"Chắc ông trời muốn tôi dành sự quyết tâm ấy cho lần sau..."

CHƯƠNG 5:
Trò Chơi Cảm Giác

Tôi đang chuẩn bị đi tắm cho thoải mái, song với tiết trời lạnh giá thế này, thì việc tắm táp còn hơn cả cực hình.

Vả lại, cả ngày mình chỉ ngồi một chỗ thôi thì có cần phải tắm hay không nhỉ?

Nhưng cái câu "Liệu bạn có đang đổ lỗi?" đã lại tiếp thêm cho tôi động lực để đi tắm.

Tôi lấy đồ, và vui vẻ tới khu nhà tắm. Tôi nhớ có một cái phòng tắm khá ngon, thiết bị còn mới lắm.

Tới nơi, tôi tá hỏa khi phát hiện ra anh Hưng Tươi đã vừa bước vào chiếm mất phòng tắm ngon nhất, và đang nhìn tôi mỉm cười đầy khiêu khích, như muốn nói: *"Chú cũng nhanh đấy, nhưng anh rất tiếc."*

Tất nhiên, ở trong khóa thiền, thì việc nhìn nhau như vậy là cũng bị cấm bạn nhé.

Tôi thở dài, và đành chọn cái phòng tắm ngay cạnh. Nước lạnh rỉ tong tỏng xuống sàn, thi thoảng bắn vào chân buốt giá.

Khi tôi vừa mở vòi nước, có một tiếng nói từ bên ngoài. Tôi nhận ra là tiếng bác già trong nhóm người phục vụ khóa thiền hôm trước.

"Này, chú có 5 phút để tắm..." bác nói. "Thầy gọi chú lên gặp riêng đấy."

Thầy gọi mình ư?

Với kinh nghiệm của tôi từ trước tới giờ, chỉ có chuyện thiền sinh đăng ký gặp thiền sư, chứ ít khi có chuyện ngược lại. Một cảm giác sung sướng toàn thân, tôi chắc mẩm mình phải có gì đặc biệt khiến thầy chú ý đây, tôi luôn cảm thấy mình là người đặc biệt mà.

Rảo bước nhanh trên con đường nắng chiếu, vừa đi vừa xoa tóc cho đầu nhanh khô.

Trước cửa phòng, tôi thấy một vài thiền sinh đang đợi, tôi tin là mình VIP thế này chắc chắn sẽ nhanh thôi.

Tôi tiến tới, tự tin kéo rèm cửa thiền đường, và ngay lập tức bị chặn lại bởi bác già lúc nãy.

"Xin lỗi chú, chờ chút xíu nha," bác vừa nói thì thào vừa chỉ vào trong, nơi có mấy thiền sinh khác đang trao đổi với thầy.

Chút xíu ư?

Được, được, tôi sẽ chờ.

Và tôi không ngờ chút xíu đó... lại lâu tới vậy.

10 phút trôi qua...

15 phút trôi qua...

Đã 30 phút trôi qua...

Chắc chắn tôi sẽ mất toi giấc ngủ trưa cho mà xem. Nhưng nếu tôi về lúc này cũng không ổn, tôi sẽ có thể bỏ lỡ điều gì đó quan trọng mà vị thiền sư muốn nói với tôi.

Trong Vipassana, bạn sẽ được học thông qua ghi âm bài giảng và hướng dẫn của ngài S.N Goenka, song khóa thiền nào cũng sẽ có các thiền sư hoặc thiền sư phụ tá hỗ trợ, để giải đáp thắc mắc trực tiếp cho các thiền sinh.

Không thể để thời giờ trôi qua vô ích, mà ngồi thiền ngoài trời thì cũng không nên. Tôi quyết định thử thách trí não bằng cách... đếm lá cây.

Dù biết có thể mình sẽ chuyển qua từ giai đoạn "đếm lá" sang "nhặt lá", và cuối cùng là... "đá ống bơ" rất nguy hiểm, nhưng tôi vẫn không thể nào dừng mơ mộng về ý tưởng điên rồ này.

Ồ, có những cách nào để đếm lá cây?

Tôi nghĩ ra đủ mọi trò để đếm được lá.

Hay là làm việc đồng đội, anh em càng đông người càng tốt, mỗi người ngắt một ít rồi đếm, kiểu gì cũng xong?

Thế thì tốn nhân lực quá, hay là dùng sơn quét lên một chiếc lá rồi đo thể tích sơn đã dùng, sau đó lấy vòi cứu hỏa xịt kín cây, rồi lấy thể tích tổng lượng sơn, chia cho thể tích dùng trên một chiếc lá?

Làm vậy, có thể tôi sẽ phải liên hệ với bên phòng cháy chữa cháy, và không thể nói với họ rằng có một cái cây đang cháy, tôi cần họ xịt sơn chứ không phải xịt nước. Họ có thể sẽ tống tôi vào viện tâm thần, trước khi dự án đếm lá cây hoàn thành.

Hay là rung cây thật mạnh cho lá rơi sạch, rồi sau đó gom hết vào... máy đếm tiền?

Cuối cùng, ý tưởng mà tôi tâm đắc nhất là tôi sẽ gọi anh Hưng Tươi ra, rồi hùng hồn tuyên bố rằng tôi có thể nói chuyện với thần cây và nói đại ra một con số, 2500 lá chẳng hạn.

Khi anh ấy hỏi: Có thần cây thật không, tôi sẽ đáp: Anh không tin thì đếm thử mà coi. Và thế là... vấn đề được giải quyết trọn vẹn!

Nghĩ tới cảnh đó, tôi ôm bụng tự cười một mình.

Ôi trời, tôi đã hết ý tưởng đếm lá rồi mà vẫn chưa tới lượt mình vào ư???

Thời gian thật kỳ lạ, nhưng lúc ngồi cả tiếng đồng hồ mà tôi thấy như nửa tiếng. Còn giờ chờ nửa tiếng mà cứ như vài giờ!!!

CHƯƠNG 6:
Nhàn Cư, Tâm Lắc Lư

"Ê, vào đi!" tiếng bác già thều thào vang lên.

Tôi chợt nhận ra tâm trí mình nãy giờ chạy lăng xăng thật, toàn nghĩ ra những ý tưởng quái dị. Tôi không thể đếm được mình đã tìm ra tổng cộng bao nhiêu phương pháp đếm lá cây nữa...

Các cụ có câu nhàn cư vi bất thiện, giờ học thiền tôi hiểu ra rằng hành vi đều do tâm tạo ra, cho nên tôi kết luận:

Nhàn cư tâm... lắc lư.

Tôi bước vào thiền đường và ngồi trước mặt thầy, vị thiền sư đáng kính, thay mặt vị thầy lớn S.N Goenka, người đã giúp Vipassana lan tỏa khắp thế giới.

Tôi cố nhớ tên vị thiền sư đáng kính trước mặt mình, nhưng không thể nhớ nổi vì nó quá dài và lạ. Nhưng tôi nhớ mãi nụ cười hiền từ của thầy, nhìn tôi qua cặp mắt kính để sát dưới cái mũ trùm len nâu.

Tôi chưa bao giờ cảm thấy mình đặc biệt đến thế... có lẽ thầy sẽ nói rằng tôi là hiện thân của đấng này đấng kia, như có một ông thầy bói nào đó từng nói với tôi khi xưa?

"Tình hình tập luyện của con thế nào?" thầy hỏi.

"Dạ, con cũng chưa tập trung lắm, nhưng con sẽ cố," tôi thành thật khai báo.

Tôi nhớ rằng khi mới mãn khóa đầu tiên, tôi tập tành chăm lắm, ngày nào cũng quất 2 tiếng, 1 giờ buổi sáng, 1 giờ buổi tối, đều như vắt chanh. Nhưng càng về cuối năm, công việc bận rộn với đủ mọi lý do, tôi ngày càng thích uống nước chanh, mà lại lười "vắt chanh". Và hôm nay là ngày tôi lãnh hậu quả đây.

Sau một vài câu hỏi chi tiết thêm, thầy ôn tồn đáp. "Hãy nhớ giữ tâm bình an, dù gặp bất cứ điều gì."

Chỉ mỗi thế thôi ư?

45 phút chờ đợi méo mặt của tôi, mất giấc ngủ trưa để phát minh ra... hàng chục cách đếm lá trên cây. Và tôi nhận được một lời khuyên cứ lặp đi lặp lại trong suốt cả khóa thiền?

Tôi ngồi xuống, thở dài, rồi từ từ nhắm mắt lại để thiền cùng thầy.

Tự nhiên tôi thấy trán mình là lạ, một cảm giác ấm áp giữa mùa đông lạnh giá. Thầy đúng là thiền sư "xịn" có khác, nghe nói thầy là tu sĩ, ngồi gần các ngài ấy sẽ tỏa ra một luồng rung động nào đó giúp người ta hành thiền dễ hơn.

Tôi cảm thấy thật tuyệt.

Tôi mở mắt ra, một cảm giác nhẹ nhõm êm ái.

Giờ thì tôi đã hiểu.

Thầy gọi tôi lên đây chắc chắn để truyền cho tôi một nguồn năng lượng đặc biệt nào đó. Thật tuyệt vời, chắc chắn tôi sẽ có những trải nghiệm đỉnh cao trong giờ hành thiền chiều nay. Chắc chắn tôi sẽ tiến bộ nhanh hơn người khác!

Bỗng nhiên, tôi nhìn thấy như sau lưng thầy có cái gì đó.

Ồ, hóa ra một cái lò sưởi!

Thảo nào ấm dã man, ấm lạ thường.

Tôi thở dài ngao ngán.

Hóa ra cảm giác ấm áp lạ thường đó đến từ cái lò sưởi, làm tôi cứ tưởng...

Nhưng chợt tôi ngộ ra một điều gì đó, một điều gì đó rất quan trọng, đã ngăn cản sự tiến bộ của tôi trong suốt 2 ngày qua.

CHƯƠNG 7:
Càng Quan Sát, Càng Bình Thản

Khoảnh khắc gặp thiền sư đã giúp tôi nhận ra một điều quan trọng:

Dù tôi đã vượt qua được những cảm xúc như sự ghét bỏ khi đau chân, đau lưng, đói khát... nhưng tôi đã vô tình tạo ra một thứ còn nguy hiểm hơn cả, đó là ham muốn.

Mặc dù thầy luôn nhắc đi nhắc lại là phải giữ tâm bình thản, không ham muốn, cũng không ghét bỏ. Và tôi đã thực hành khá tốt khi vượt qua các ham muốn được nói, được ngủ... nhưng tôi lại đang ham muốn những cảm giác thoải mái.

Tệ hơn nữa tôi lại phát sinh ham muốn vào việc dựa dẫm vào thầy, trong khi đó đây là phương pháp thiền mà mỗi người phải tự chịu trách nhiệm 100% cho kết quả của mình.

Tôi đã mắc vào một chướng ngại vô cùng lớn trên con đường thiền, mà thầy hay gọi đó là "trò chơi cảm giác."

Khi đối đầu và vượt qua những cảm giác khó chịu, người ta lại bắt đầu nghiện cảm giác dễ chịu. Khi thoát khỏi những cảm giác dễ chịu, người ta lại bắt đầu ghét cảm giác khó chịu.

Con người thật kỳ lạ, họ cứ liên tục chơi trò chơi cảm giác luẩn quẩn đó, và cứ thế lặn ngụp trong đau khổ.

Tuy đã được nghe nhiều lần điều này, nhưng giờ tôi mới thấm ở mức độ thực nghiệm:

Dù cảm giác dễ chịu, hay khó chịu, chúng đều là những nguyên nhân phát sinh khổ đau trong tâm trí, khiến tôi lang thang hết chỗ này tới chỗ khác.

Tôi đã nhận ra thứ cản trở mình!

"Càng quan sát, càng bình thản," đó là điều mà tôi tâm niệm trước mỗi một thời thiền kể từ lần gặp thiền sư hôm đó, và một nhân vật quan trọng sau lưng thiền sư, là cái lò sưởi.

Muốn nhảy xa, bạn phải lấy đà. Nhờ cái đà đó, nhờ vượt thoát ra khỏi trò chơi cảm giác, tôi cảm thấy những ngày sau đó trôi qua thật nhanh cùng rất nhiều tiến bộ.

Nếu như trước kia, tôi ăn cực nhanh, kể cả vừa nói chuyện vừa ăn cũng chỉ mất 15′ là cùng. Song giờ đây, tôi ăn siêu chậm, mất 25 phút là chuyện thường, vừa ăn vừa thưởng thức từng nhát nhai một thật thú vị.

Nếu như trước kia, lúc ngồi thiền lâu hơn một giờ, tôi sẽ bị cong lưng và mỏi kinh khủng, thì giờ đây, với 'phát minh mới' bằng cách buộc cái khăn quàng cổ vào thắt lưng, rồi quấn phần còn lại quanh chân, lưng của tôi đã thẳng tắp và vượt qua cả 2 giờ ngồi dễ dàng hơn.

Nếu như ở khóa đầu tiên, sau mỗi thời thiền tôi đều đi nằm luôn... thì ở đây, tôi bắt đầu biết đi dạo, ngồi xích đu cho gân cốt thư giãn.

Dù gian nan, song tôi cảm thấy rất bình thản.

Tôi cũng nhận ra: Càng sung sướng, cũng càng phải bình an để tránh... tận hưởng mà thỏa mãn quá đà.

Nói chung là càng quan sát, quan sát được bất cứ điều gì trong quá trình thiền và giữ sự bình tâm, tôi lại càng bình tâm, càng dễ dàng tiến bước.

Một dấu mốc quan trọng đó là ngày thứ 7 trong khóa thiền thứ hai ấy.

Bạn có một tật xấu nào đó muốn bỏ (và khó nói) không?

Ai mà không có cơ chứ.

Tôi cũng có.

Ở khóa thiền 10 ngày đầu tiên, tôi đã kiềm chế được "nó" tới ngày thứ 7 thì bị tật xấu này đánh gục. Nhưng ở khóa 2 này, tôi đã vượt qua được chính mình, tôi không còn bị "nó" chi phối nữa. Hơn nữa, ngày thứ 7 thật tuyệt, khi tôi đã ngồi lưng thẳng tắp mà không cần phải quấn chân bằng cái... khăn quàng cổ.

Bước ra khỏi thiền đường, tôi nhìn lên trời và băn khoăn sao ở vùng núi này mà sao lại ít sao thế nhỉ?

Tôi băn khoăn điều này từ mấy hôm nay rồi.

Bất giác, khi đang tiến về phòng ngủ, tôi làm một điều mà lần đầu tiên mình làm, kể từ khi tới đây, là ngoảnh mặt lại nhìn thiền đường.

Trước mặt tôi là cả một vùng trời đầy sao!

Thì ra bấy lâu nay sao vẫn có đó, nhưng tôi cứ mải tiến về phòng ngủ, phòng ăn, nơi mà phía sau là một vùng trời mù mịt. Rồi khi bước tới thiền đường, tôi hay cúi đầu và nhìn xung quanh, chứ chẳng bao giờ nhìn lên.

Tôi đã không để ý ở đó cả một vùng trời trong trẻo, với đầy sao lấp lánh. Điều này tự nhiên làm tôi nhớ tới hồi bé về thăm quê nội, do đèn đóm ít nên nhìn lên trời như thấy cả dải ngân hà vậy. Một điều rất hiếm có khi ở thành phố, nơi đèn đóm tấp nập, che mờ hết trời sao.

Đúng là trời sao luôn ở đó, quan trọng là bạn đang tập trung vào đâu.

Tương tự, sự bình yên luôn ở đó, quan trọng là bạn đang tập trung vào đâu!

Ngoài ra, tôi cứ tưởng là bóng đèn tượng trưng cho ý tưởng, nhưng không ngờ bầu trời sao cũng làm cho những ý tưởng vô cùng táo bạo xuất hiện.

Chả là suốt mấy ngày ngồi tĩnh tâm, thi thoảng trong đầu tôi lóe lên siêu nhiều ý tưởng hay cho những dự án sắp tới, cho năm mới sắp tới, và theo như tôi biết về nguyên tắc trí nhớ, thì sau 7 ngày mà không ôn lại, thì chắc chắn sẽ quên đi rất nhiều.

Do vậy, tôi định thực hiện một ý tưởng táo bạo, tôi sẽ tìm cách ghi chép lại những điều thú vị nảy ra. Một điều mà trong quy định khóa thiền, cũng không cho phép.

CHƯƠNG 8:
Không Là Người Đầu, Hãy Là Người Cuối

Ngày thứ 8 là một ngày vô cùng u ám, tất cả là vì cái hành động dại dột tối qua.

Do cái ba-lô lâu ngày không dùng, nên tôi không để ý là đã có sẵn bút giấy trong đó, mà vô tình chưa giao nộp cho ban quản trị lúc làm thủ tục nhập khóa.

Dưới ánh đèn pin trong chăn, tôi bắt đầu sột soạt viết ra những ý tưởng, những dự định của mình sau khóa thiền.

Chỉ có một điều lăn tăn duy nhất...

Mấy ngày trước, càng ngồi ngẫm, tôi càng ra nhiều ý tưởng hay, nhưng không hiểu sao giờ đây ngồi viết lại thì càng viết, chúng càng lặn đâu mất tăm!

Tôi chẳng viết được mấy!

Và rồi một cảm giác thật tội lỗi lan tỏa toàn thân. Vì ở khóa thiền, nội quy hay được dán khắp nơi. Mỗi lần uống nước, tôi đều thấy hàng chữ to đùng dán ở tường, nơi có một quy định:

Nghiêm cấm mọi hình thức ghi chép trong suốt khóa thiền.

Tôi vẫn còn nhớ lời thầy: Khi làm điều gì đó bất thiện, thiên nhiên sẽ trừng phạt ta ngay, chứ chẳng phải đợi gieo gió có ngày gặp bão như người ta vẫn nói.

Cơn bão đã đến ngay lập tức.

Hiện giờ, tôi đang bị trừng phạt bởi chính cảm giác tội lỗi đó.

Nếu như ngày thứ 7, tôi thấy mình nhẹ nhõm bao nhiêu, thì ngày thứ 8 thật nặng nề, khó chịu, đau đớn bấy nhiêu.

Tôi thề là từ nay sẽ tuân thủ 100% đúng những gì được chỉ dẫn, hoặc chí ít thì nếu phải vi phạm luật... tôi sẽ là người cuối cùng vi phạm luật.

Tôi gọi ngày thứ 8 là ngày xám xịt, vì lần này là "Super Vip Mát Xa."

Những lúc thiền xong, toàn thân tôi tê nhức hơn bình thường, không tài nào đứng dậy nổi. Nhưng một lần nữa, bài học về cái lò sưởi lại nhắc tôi một điều rằng:

Trong mọi hoàn cảnh chúng ta luôn học được một điều gì đó, và việc ngồi ê ẩm tại chỗ một lúc lâu, trong khi các thiền sinh khác đã ra ngoài nghỉ ngơi hết biết đâu lại là một ý hay.

Một ý tưởng tuyệt vời, tại sao tôi không phải là người ra thiền đường lúc cuối cùng nhỉ?

Thực ra ở khóa thiền đầu tiên, tôi đã luôn làm điều này.

Tôi đã luôn ở lại sau 9 giờ tối, ngay sau thời thiền cuối cùng để cố nặn ra một vài câu hỏi dành cho vị thầy phụ tá. Một phần phụ là để giải quyết khúc mắc, song phần chính là để "vặn vẹo" ngài với những tình huống ngồ ngộ, để tạo không khí vui vẻ cho buổi tối buồn tẻ.

Còn nhớ trong khóa đầu tiên ấy, vị thiền sư phụ tá có cái bụng béo phệ giống tôi, à không, gấp hai ba lần gì đó.

Khi tới lượt mình vấn đáp, tôi đã hỏi xoáy, "Thưa thầy, con thấy quan sát cảm giác ở tay chân thì dễ vì hình như toàn thịt... còn bụng thì siêu khó vì toàn mỡ, có phải không thầy?"

Thầy tròn mắt nhìn tôi, rồi nhìn xuống cái bụng của thầy. "Tôi nghĩ cậu đã có câu trả lời."

Cả lớp phải nén cười.

Nhưng khóa thứ 2 này, không hiểu sao tôi im như thóc suốt từ đầu. Nếu có lên vấn đáp với thầy, thì tôi cũng hỏi rất "nghiêm túc".

Và tôi đã ở lại, tôi cảm thấy mình quả là người may mắn vì đã ở lại buổi tối hôm ấy.

Thường thì các thiền sinh khác lên lạy thầy một cái nhanh rồi ngồi xuống hỏi vồ vập, nhưng tự nhiên có một người phụ nữ khá già bước lên chầm chậm.

Cô lạy ba lạy như một thước phim quay chậm, khiến cả phòng ngơ ngác nhìn. Có lẽ cái lạy của cô phải mất tới 30 giây một cái. Rồi sau đó cô chậm rãi kể lể 15 phút... về tình hình của mình, có lẽ người bình thản duy nhất trong phòng là thiền sư, vì anh em xung quanh ai cũng ngơ ngác, có vẻ mất kiên nhẫn, và không biết có nên ngắt lời cô ấy không.

Mà tôi thấy chuyện cô ấy kể cũng khá ly kỳ, tôi ấn tượng nhất đoạn có con muỗi bay vo ve, cô đã thầm niệm, "Muỗi ơi, nếu đói thì hãy đốt ta... đừng đốt người khác để họ ngủ."

Nghe vậy, tôi cảm giác cô ấy đã... đắc đạo!

Mọi người có vẻ bắt đầu nhấp nhổm, riêng thầy thì vẫn bình thản lắng nghe, như thể chuyện con muỗi đó có thể trở thành tiểu thuyết. Cuối cùng, may mà cô ấy cũng tóm lại được ý chính. Đại ý là cô ấy đã đạt được hết các trạng thái mà thầy chia sẻ, thì không biết nên làm gì tiếp...

Thầy gật đầu, rồi chốt: Hẹn mai gặp lại.

Bước ra khỏi thiền đường, tôi cảm thấy được truyền cảm hứng vô cùng. Người khác làm được, thì tôi cũng làm được. Vào đêm hôm ấy, tôi đã không thể ngủ nổi, chính tôi hình như cũng đang cảm nhận được bên trong có gì đó thay đổi.

Bất chợt, một ý tưởng lóe lên trong đầu tôi, một ý tưởng không hiểu sao tự nhiên làm nước mắt tôi chảy ra.

Tôi khóc.

Tự nhiên tôi nghĩ tới... trái đất, tôi tự hỏi nếu trái đất là một bà mẹ, thì có vẻ như mẹ đang rất đau khổ. Trên cơ thể xuất hiện rất nhiều những sự khó chịu nặng nề, nào là bão tố, núi lửa phun, nào là con người cứ đào bới, khai khoáng v.v... rồi một loạt các ý tưởng lạ lùng bật lên tiếp.

Nếu như khi thiền, mình cảm thấy tâm trí mình nhẹ nhàng, tươi mát, cơ thể thoải mái vô cùng... và dường như tươi trẻ trở lại. Thì liệu tâm trái đất trước đây, có êm đềm, thanh bình như thế không nhỉ?

Có lẽ đất mẹ đang phải chịu một nỗi đau khủng khiếp. Tôi tự nhiên thấy nỗi khổ, nỗi đau đớn của tôi có gì đâu mà bằng, mà lại cứ đòi cái này, cái kia. tôi thấy tôi thật là ích kỷ, thật nhỏ nhen.

Rồi tự nhiên, tôi thấy tâm trí mình trống rỗng, không còn suy nghĩ gì cả. Tôi thấy bình thản nhẹ nhõm vô cùng, mọi nặng nhọc trên cơ thể tan biến. Tôi cảm nhận được rất nhiều thứ mà khi ngồi, tôi đã không cảm nhận được, tôi ước gì thầy phát minh ra loại thiền nằm thì sướng nhỉ...

Lòng bao dung trong tôi lúc ấy tự nhiên lớn hẳn lên, tôi cảm giác nếu có cả một đàn muỗi xuất hiện, tôi cũng sẵn sàng hiến dâng. Nhưng liệu chúng có xuất hiện vào thời điểm tôi cần chúng nhất?

CHƯƠNG 9:
Nghiêm Túc Tới Phút Cuối

Đã là ngày thứ 10, mai là mãn khóa.

Dù đã bình thản hơn rất nhiều, không còn ham muốn những cảm giác mới lạ khi thiền, cũng không còn ghét bỏ sự đau đớn ê nhức khi gặp phải. Nhưng tôi vẫn không hiểu tại sao thầy lại gọi tôi lên vào ngày 2. Thật ra tôi có thể hỏi thầy trực tiếp, và câu trả lời có thể là vì... tôi là thiền sinh cũ, đáng ra phải làm gương ngồi nghiêm túc, lại cứ nghiêng ngả chứ sao?

Bên trong tôi có một điều gì đó mách bảo:

Hãy cứ thiền nghiêm túc, câu trả lời sẽ tự tới.

Tại sao lại nghiêm túc?

Vì ngày thứ 10, thiền sinh được phép nói chuyện. Còn nhớ ở khóa đầu tiên, việc im lặng bên nhau suốt 10 ngày đã tạo ra một bầu không khí cởi mở tới kinh ngạc. Một người hướng nội như tôi đã buôn chuyện thâu đêm suốt sáng với mấy bác già gấp đôi tuổi tôi. Thế mà khóa này, ngoại trừ việc chia sẻ dự định sắp tới với anh Hưng Tươi, tôi rất hạn chế nói chuyện, tôi muốn thiền nghiêm túc.

Tôi cảm giác chắc chắn còn một điều gì đó đặc biệt ở khóa này, tôi phải tìm ra.

Vào buổi tối ngày 10, khi đang ngồi nghe pháp thoại, tôi thấy một con côn trùng bay vào đậu gần chỗ tôi ngồi, và cứ đứng chình ình ở đó.

Tôi chưa thấy nó bao giờ.

Bình thường thì tôi rất dị ứng với mấy chú côn trùng, nhưng không hiểu sao, tôi nhìn nó rất kỹ. Tới giờ tôi vẫn nhớ là nó có 6 chân, 2 cái râu nhỏ, đôi cánh vàng đục lốm đốm đen nâu. Rồi tôi thấy mình tự nhiên thầm nói với nó:

"Nguyện cho mày cũng hiểu được những lời thầy nói, và về dạy lại cho đồng loại để bình an hạnh phúc nhé."

Thầm nói xong, tôi tự cười với ý tưởng điên rồ của mình, và tưởng tượng ra biết đâu có thể có một cuốn sách nói về chú côn trùng dạy đồng loại của mình thiền Vipassana?

4h30 sáng ngày thứ 11, thời thiền cuối cùng.

Tôi còn nhớ vào thời điểm này ở khóa đầu tiên, tinh thần tôi rã đám kinh khủng, chỉ chờ mong 2 tiếng này trôi qua thật nhanh để còn về nhà và thực hiện biết bao dự định.

Nhưng lúc ấy, tôi vô cùng mãn nguyện vì đã rất nghiêm túc trong những giây phút cuối cùng này, và quan trọng hơn, tôi ước có thêm một ngày thứ 12, vì tôi biết chắc mình đã tiến một bước xa trên con đường bình an nội tâm.

Tôi còn nhớ trong một khoảnh khắc ở khóa này, những bước đi của tôi trở nên nhẹ hơn bao giờ hết, như thể bước đi trên mây vậy. Tâm trí tôi thì như hồ nước không một gợn sóng, những suy nghĩ đến, rồi đi, làn nước lăn tăn một chút rồi lại phẳng như thường.

Chưa bao giờ tôi có cảm giác nhẹ nhõm đến thế. Mọi khó khăn, mọi trăn trở bấy lâu nay dường như tan biến.

Hạnh phúc thực sự là đây sao?

Đúng là phần thưởng luôn dành cho những người nỗ lực tới cùng. Tôi không biết đó có phải là hạnh phúc thực sự không, nhưng đó là lần đầu tiên tôi cảm thấy nó.

Một thứ hạnh phúc không bị ràng buộc bởi bất cứ thứ gì cả.

Nó đơn thuần chỉ là hạnh phúc.

Tôi ước mong sao, ai đó ngoài kia, nhưng người đang gồng mình trong vòng xoáy của công việc, cũng có thể cảm nhận được thứ hạnh phúc này, thì có lẽ họ sẽ bớt khổ hơn...

CHƯƠNG 10:
Người Lạ Là Quà

Nhiều người, trong đó có tôi, rất hay ngại nói chuyện với người lạ, nhưng ít khi để ý rằng người bạn thân nhất của mình... cũng từng là người lạ.

Chẳng phải ba mẹ sinh ra chúng ta trước đây, họ cũng từng là hai người lạ?

Chẳng phải người bạn đời của chúng ta, trước khi quen biết, cũng từng là người lạ?

Nếu không có những cuộc nói chuyện với người lạ, thì khó mà có được những món quà kỳ diệu!

Do vậy, tuy tôi không nói chuyện nhiều ở ngày 10 và 11. Nhưng trên xe về nhà, cái máy "nói chuyện" trong tôi đã bắt đầu nổ bành bạch.

Và chuyến này tôi rất tâm đắc, vì không những được bất ngờ gặp lại một số người bạn cũ, mà tôi còn được gặp thêm một vài người thú vị.

"Ô, anh vẽ minh họa cho cuốn sách con mèo và hải âu gì đó ạ?" anh Hưng Tươi tròn to mắt.

"Ừ, anh vẽ đó," chàng thanh niên từ nãy giờ nói liến thoắng trên xe trả lời. Tôi để ý anh họa sĩ cao ráo này từ đầu khóa, nhưng vẫn ít có cơ hội nói chuyện. Và trên chuyến xe đi về đó, tôi đã bất ngờ khi anh quả là một món quà thú vị. Đúng là không thể nào biết được quà là gì, nếu không mở quà...

Nghệ danh của anh là Chí Bút Chì, một nhân vật rất thú vị với những "bức tranh thay một câu chuyện". Tôi ấn tượng anh không chỉ vì tâm huyết anh đã dành cho nghệ thuật, mà còn vì anh đã sẵn sàng... thầu cho chúng tôi tiền taxi trên đường về. Tôi nghĩ mình có thể sẽ học hỏi được nhiều từ anh trong năm tới, để tự tay minh họa cho cuốn tiểu thuyết độc đáo của mình đang viết lúc ấy.

Chiếc xe lao qua một tòa nhà lớn sang trọng, có cái biển "VIP mát xa" to tướng. Tôi chưa bao giờ vào những nơi như thế, nhưng tôi tin rằng càng làm thân thể thoải mái với những thú vui bên ngoài, con người ta càng tự chuốc thêm khổ cho tinh thần bên trong mà thôi.

10 ngày ở Vipassana đây tuy cơ thể ê nhức, đau đớn, tinh thần tôi đã bước đi một bước đầy bình an, đầy mạnh mẽ, đầy yêu thương.

Và nếu như tôi từng tâm niệm:

"Tôi là ai không quan trọng, quan trọng là tôi để lại gì cho cuộc đời này."

... thì giờ đây tôi tâm niệm:

"Tôi để lại điều gì không quan trọng, quan trọng là tôi đã lan tỏa được sự bình an hạnh phúc của mình cho muôn loài."

Nguyện cho bạn luôn bình an, tràn ngập yêu thương, và hạnh phúc luôn bên bạn.

Fususu, Hà Nội, 2013.

CHƯƠNG KẾT: 10 Năm Sau

"Phương ơi," vợ tôi nhắn tin kèm biểu tượng tiếng cười hihi vui sướng. "Vợ được khóa thiền chấp thuận rồi!"

Nếu đã đọc từ đầu tới đây (hoặc nhảy cóc tới đây), bạn đã biết Vipassana là một khóa thiền như thế nào rồi. 10 ngày, tách rời thế giới bên ngoài. 10 ngày, không smartphone. 10 ngày không laptop, không giao tiếp với bên ngoài dưới mọi hình thức, cũng không được nói chuyện với người xung quanh.

Với nhiều người (trong đó từng có tôi), nó chẳng khác nào một hình thức "tra tấn"... Thế nên đến giờ, tôi cũng không thể nào tin nổi là mình đã trải qua 10 khóa thiền Vipassana như thế, bao gồm:

- 6 khóa 10 ngày trong vai trò thiền sinh.
- 3 khóa 10 ngày phục vụ trong ban tổ chức.
- 1 khóa chuyên sâu 8 ngày.

Bạn thấy đấy, tôi cũng đã không chỉ gieo duyên cho bạn bè đồng nghiệp mà bạn thấy đấy, tôi cũng gieo duyên được cho vợ, đặc biệt là mẹ tôi đi thiền.

Dù trước đó, mẹ than thở đau chân, nhưng cũng đã hoàn tất một khóa 10 ngày. Có lẽ nhờ thế, mà sự bình an trong mẹ đã tăng trưởng, phần nào giúp mẹ đủ nghị lực để có thể vượt được qua căn bệnh ung thư đại trực tràng, và hiện vẫn đang sống thoải mái với "con đàn cháu đống" của mình.

Để sắp xếp tham gia được một khóa 10 ngày thường rất khó khăn, đặc biệt là với người mới. Vì thường khóa mới mở sẽ hết chỗ rất nhanh, nên phải "canh" trước cả tháng trời. Nhưng một khi đã tham gia được, thì lợi lạc vô kể.

Do đó, tôi luôn khuyến khích mọi người tham gia. Và năm nào có điều kiện, tôi cũng đều cố gắng tham gia lại một khóa. Vì khi tới Vipassana, tôi luôn có cảm giác trở về căn nhà bình yên, nơi hạnh phúc đích thực ngự trị.

Và lần sắp tới vào tháng 1/2024, tôi vui lắm!

Một phần là vì người bạn đời của tôi cũng sẽ tham gia, và tôi biết chắc chắn rằng Vipassana sẽ giúp cô ấy giải tỏa rất nhiều gánh nặng tinh thần tích lũy qua hơn 12 năm làm việc trong lĩnh vực ngân hàng. Cô ấy chắc chắn sẽ vững bước hơn trên con đường sự nghiệp, cũng như và xây dựng hạnh phúc gia đình.

Một phần là vì kể từ Covid 2019 cũng 4 năm rồi, vì cả lý do khách quan lẫn chủ quan, mà tôi vẫn chưa có dịp quay trở lại Vipassana.

Trong tôi xen lẫn cảm xúc bồi hồi, e ngại...

Nếu trong vai trò thiền sinh, đây sẽ là khóa ngồi thứ 7 của tôi, nhưng thú thật là cuộc sống bộn bề, tôi cũng đã không duy trì việc ngồi thiền đều đặn, liệu tôi có vượt được qua một lần nữa một cách êm xuôi?

Tất nhiên, tôi chưa có câu trả lời cho bạn đâu.

Vì vào thời điểm tôi bắt đầu viết lại cuốn nhật ký này, phải khoảng hơn 3 tuần nữa chúng tôi mới bay vào Hà Nội để tham gia chương trình ở Hưng Yên. Sau đó, có thể tập 2 của cuốn *Nhật ký Víp Mát Xa* này sẽ được viết tiếp chăng?

Về tập 1 này, *Nhật ký Vip Mát Xa* ban đầu là một tuyển tập truyện nhỏ, nơi tôi ghi dấu lại những trải nghiệm đáng nhớ của mình, chủ yếu sau khóa thiền 10 ngày Vipassana lần thứ hai, viết và chia sẻ cách đây hơn 10 năm.

Giờ nhìn lại, bản thảo hồi đó chi chít lỗi chính tả mà tôi đã đăng lên Blog, nhưng tôi thấy nhiều anh chị đọc được lại khen, giúp họ có thêm cảm hứng. Tôi vui lắm, vui tới mức quên cả sửa, và bỏ đó hơn 10 năm!

Mới hôm trước, khi tôi đề cập tới cuốn nhật ký ngày xưa, vợ đã động viên:

"Chồng cập nhật lại đi, biết đâu thành sách!"

Đúng thật, tôi nghĩ nếu Vipassana đã giúp tôi, đã giúp cả triệu người trên thế giới thay đổi, thì nó cần được lan tỏa mạnh mẽ hơn nữa. Đây xứng đáng là một chủ đề tôi có thể viết thành sách. Thế là tôi đã lục tục tìm lại bản thảo ngày xưa... nhưng không thấy.

Cuối cùng, đành nhờ Google để tìm... lại chính ebook thất lạc của mình. Sau một hồi, tôi mới thấy bản PDF trên một blog cũ. Thế là tôi tải ngay về, đọc lại, và viết lại gần như toàn bộ. Để vừa tự tạo cảm hứng cho mình, vừa có thể chia sẻ cho ai đó đang cần.

Thật ra, quy định của khóa thiền không cho bạn mang giấy bút để ghi nhật ký, nhưng tôi có một công cụ rất khủng mà tôi vẫn từng chia sẻ với học viên của mình.

Đó là "siêu trí nhớ".

Nếu khóa thiền đầu tiên ở tịnh xá Ngọc Thành, tôi đã dùng siêu trí nhớ để nhớ chính xác một bài thơ dài vài trăm câu ghi chi chít trên 4 mảng tường, thì khóa thứ hai trên Sóc Sơn, chẳng có gì đọc, tôi dùng nó để nhớ chính xác những trải nghiệm thú vị loanh quanh chuyện thiền.

Tại sao lại loanh quanh?

Vì đơn giản là chúng tôi luôn được dặn rằng trải nghiệm mỗi người trên con đường

Vipassana là mỗi khác, nên việc chia sẻ trải nghiệm trong quá trình hành thiền sẽ không có ích gì cả. Để hiểu đúng đắn về phương pháp và cách thực hành, bạn cần tham gia khóa 10 ngày và học trực tiếp dưới sự hướng dẫn của thiền sư được chỉ định tại trang web chính thức dhamma.org

Hơn nữa, đôi khi phải đi loanh quanh thì mới thấy những điều bất ngờ. Nhật ký này giống như một tự truyện, mà mỗi chương là những trải nghiệm cá nhân và bài học thú vị tôi rút ra trong quá trình tham gia, chủ yếu là khóa thiền thứ hai.

Tôi hi vọng bạn sẽ không chỉ được thư giãn, mà còn có thêm cảm hứng để tìm hiểu, hoặc duy trì việc tập luyện phương pháp thiền rất hữu ích này. Nguyện cho Dhamma được lan tỏa!

Fususu, Đà Nẵng, 2023.

P.s. Hãy kết nối với Fususu để nhận quà, và thông tin về tập 2 khi ra mắt bạn nhé.

https://fususu.com/?r=vipmatxa

ĐÔI NÉT VỀ VIPASSANA

Vipassana đã xuất hiện từ rất lâu, là một phương thức thiền đơn giản nhưng vi diệu, được chính Đức Phật tái khám phá. Vipassana giúp thanh lọc tâm rất hiệu quả, từ đó tiệt trừ cá khuôn mẫu thói quen phản ứng cũ, giúp chấm dứt khổ đau. Tuy nhiên, theo dòng lịch sử, Vipassana đã bị thất truyền.

S.N. Goenka vốn là một doanh nhân rất thành công người Myanmar, thầy bị mắc một chứng bệnh đau nửa đầu và mọi bác sĩ giỏi nhất đều bó tay. Cơ duyên đã giúp thầy gặp Vipassana, mà qua đó đã tự chữa bệnh cho mình, và thầy nhận ra cuộc sống không chỉ là kiếm tiền. Cuối cùng thầy đã trở thành một thiền sư giảng dạy Vipassana ở khắp nơi, kể cả trong... nhà tù. Gần đây, người ta đang đề cử giải

Nobel hòa bình cho thầy vì những cống hiến to lớn cho sự bình an, hạnh phúc của nhân loại.

Với sự góp công của ngài S.N. Goenka, Vipassana đã được phổ biến lại trên toàn thế giới. Hiện ở Việt Nam cũng có nhiều nơi dạy Vipassana, tuy nhiên, bạn nên tìm hiểu và đăng ký theo hệ thống Vipassana quốc tế tại web https://dhamma.org